மகளின் மகள்

உமாசுப்பிரமணியன்
9789979440

அழகிய தமிழ்ப் பதிப்பகம்,
எண்.2, சரஸ்வதி நகர் 7-வது தெரு,
திருவொற்றியூர், சென்னை - 600019.
தொடர்பு எண்: 9789979440 / 7550029959 / 9952011218

மகளின்மகள்
(கவிதைகள்)

ஆசிரியர்	: உமாசுப்பிரமணியன்
உரிமை ©	: நூலாசிரியருக்கு
முதற்பதிப்பு	: 2025
பக்கங்கள்	: 96
தாள்	: மேப் லித்தோ
நூலின் அளவு	: 170mm X 235mm
எழுத்து	: 13.5 புள்ளி

வெளியீடு : அழகிய தமிழ்ப் பதிப்பகம்
எண்.2, சரஸ்வதி நகர் 7-வது தெரு,
திருவொற்றியூர், சென்னை -600019.
9789979440, 7550029959, 9952011218

அட்டை, உள்ளடக்கம் வடிவமைப்பு : இயல் வரைகலையகம், 9445640246.

விலை : ரூ.150.00

MAGALIN MAGAL
(Poems)

Author	: UmaSubramanian
Rights ©	: Author
First Edition	: 2025
Pages	: 96
Paper	: Map litho
Book size	: 170mm X 235mm
Letter size	: 13.5 Pt

Published by : Azhagiya Thamizh Pathipagam,
No.2, Saraswathi Nagar 7th Street,
Thiruvottriyur, Chennai - 600019.
9789979440, 7550029959, 9952011218

Wrapper, Inner Layout : Eyal Graphics, 9445640246.

Price : Rs.150.00

கல்வியெனும்
பேராயுதத்தையும்
கேடயமெனும்
அதிகாரத்தையும்
கையில் எடுத்துக்
களம் இறங்குங்கள்
பெண்களே

போரிடுவதற்கல்ல
நேர்படுத்த–என்ற
முழக்கத்துடன்
இந்தக் கவிதைத் தொகுப்பினை
உலக மகளிர்க்கு
வழங்கி மகிழ்கிறேன்

நூலாசிரியர் பற்றி

பெயர்: உமாசுப்பிரமணியன்

இலக்கியப்பரிணாமம்: கவிஞர், எழுத்தாளர், திரைப்படப்பாடலாசிரியர்

படைப்புகள் வெளிவரும் இதழ்கள்: முல்லைச் சரம், ராணி, பாக்யா, புதிய பார்வை, சினேகிதி, கண்மணி, பெண்மணி, அமுதசுரபி, கலைமகள் மற்றும் சிற்றிதழ்களில் சிறுகதைகள், கவிதைகள், நாவல்கள்.

தனிநூல்கள்: விடியலே நீ. நானும் என் நான்களும், அழகு தமிழ்ப் பழகு கவிதைத் தொகுப்புகள்.

நாவல்களில் மருத்துவச் சிந்தனையைக் கதைகளின் கருவாக அமைத்துக் கொள்வதில் ஆர்வம். முதல் நாவல் விமலா ஒரு விடிவெள்ளி. இதில் கருப்பை மாற்று அறுவை சிகிச்சையைப் பதிவு செய்தார். தற்போது அது மருத்துவத்தில் சாத்தியப்பட்டு இருக்கிறது.

குஜராத் மாநிலத்தில் வதோதராவில் மீனாட்சி வாலன் என்கிற பெண் தன் தாயின் கருப்பையைப் பெற்று பெண் குழந்தையைப் பெற்றெடுத்ததாக 2018-ல் அக்டோபர் 20-ஆம் தேதி தந்தி செய்தித்தாளில் செய்தியாக வெளிவந்திருக்கிறது. தொடர்ந்து கருமுட்டை தானம், பதப்படுத்திய உயிரணு, பூப்படையாத பெண்ணின் வாழ்க்கை போன்ற சிந்தனைகளை நாவலாகப் பதிவு செய்திருக்கிறார். 2011-ஆம் ஆண்டில் இருந்து திரைப்படங்களுக்கு பாடல்கள் எழுதி வருகிறார். தனிப் பாடல்களும் எழுதுகிறார்.

பாரதிதாசன் பல்கலைக்கழகம் வழங்கிய முன்னோடி பெண்மணி, தாராபாரதி அறக்கட்டளையின் கவிஞாயிறு, எழுத்துச் சிற்பி நற்சமூக செம்மல் அம்மா கவிக்குயில் விருது என விருதுகள் வழங்கி இலக்கிய அமைப்புகள் தொடர்ந்து ஊக்கப்படுத்துவது அவரையும், அவரது எழுத்தையும் சோர்வடையாமல் இயங்க வைக்கிறது. அனைவருக்கும் நன்றி, வணக்கம்.

மதிப்புரை

வீட்டில் தொடங்குவோம் வேட்டையை!

சுப.வீரபாண்டியன் அவர்கள்
தலைவர், திராவிட இயக்கத் தமிழர் பேரவை

இந்த நூலில் இப்படி ஒரு கவிதை உள்ளது

'மீசையைத் தடவி
முறுக்கிவிட்டுக் கொள்வது
வீரத்தின் அடையாளமென
அற்ப மகிழ்வில்
அகமகிழும் ஆண்களே.....

மீசை
வீரத்தின் விலாசமல்ல
மீசையென்பது
வெறும்
மயிர்'

என்னை நேரிலோ, படத்திலோ பார்த்துள்ள எவருக்கும், இந்தக் கவிதையை உள்ளடக்கியுள்ள இந்நூலுக்கு நான் ஓர் அணிந்துரை எழுதுவது வியப்பைத் தரலாம்.

நானும் மீசை வைத்திருக்கிறேன். அதனைச் சில வேளைகளில் முறுக்கியும் விடுகிறேன். ஆனால் அதனை ஒருநாளும் வீரத்தின் அடையாளம் என்று கருதியதில்லை. எனவே இந்தக் கவிதை எனக்கு எந்த வலியையும் தரவில்லை. மாறாக, மகிழ்ச்சியையே தருகிறது. காரணம், கவிஞர் உமா சுப்பிரமணியன் ஆண்களையோ, மீசையையோ எதிர்க்கவில்லை, ஆணாதிக்கத் திமிரை மட்டுமே எதிர்க்கிறார் என்பது எனக்குப் புரிகிறது!

ஒருவேளை அவரும் என்னைப் புரிந்து கொண்டிருக்கலாம். அதனால்தான், முழுக்க முழுக்கப் பெண்களை பற்றியே ஒரு பெண்ணால் எழுதப்பட்டிருக்கும் இந்நூலுக்கு, ஓர் ஆணாகிய என்னை அணிந்துரை எழுதித்தருமாறு கேட்டுள்ளார் என்று நினைக்கிறேன்.

இந்த நூலின் பல கவிதைகள் சுடுகின்றன. கோபம். கோபம், அவ்வளவு கோபம், பல கவிதைகளில்! என்னால் அதனை உணர முடிகிறது என்றாலும், ஒரு பெண்ணின் வலியறிய ஒரு பெண்ணாய்ப் பிறந்து பார்த்தால்தான் முடியும் என்றும் தோன்றுகிறது.

ஆனால் அவரோ, இத்தனை வலிகளைத் தாங்கி வாழும் பெண் பிறவி வேண்டாம் என்று சொல்லவில்லை. பன்றியாய். நாயாய்ப் பிறந்திருந்தாலும் பெண்ணாய்ப் பிறப்பதில்தான் பெருவிருப்பம் என்றும், பெண்ணாய்ப் பிறந்ததில் பெருமை என்றும் எழுதுகிறார்.

பெண்கள் 'காலத்தின் உண்பொருளாய்' 'காமத்தின் கழிவறையாய்' கிடப்பதில் அவருக்குள்ள கோபம் எத்தனை நியாயமானது! விண்வெளிக்குப் போய்வந்தாலும், கோலப்போட்டிக்குத்தான் நடுவராக அழைக்கின்றனர் என்னும் நகைச்சுவைக்குள் எத்தனை அவலம்!

'ஆண்டாண்டு காலம் அடிமையாய்க் கிடந்த பின்னும் அதனையே தன் மகளுக்கும், மகளின் மகளுக்கும் கற்பிக்கும் ஆச்சிகள் மீதும், அப்பத்தாக்களின் மீதும் கோபம் கொப்பளிக்கப் பேசும் அவர் வேட்டையைத் தொடங்குங்கள் வீட்டிலிருந்து' என்கிறார்.

அடுப்படியை விட்டுப் பெண்கள் வெளியில் வர வேண்டும் என்பது சாதாரண வரிகள். ஆனால் இந்நூலில் கவிஞரோ, 'எத்தனை நாள் அடுப்பை எரிப்பது, அடுப்படியை எரிப்போம்' என்கிறார். பிறகு உணவுக்கு என்ன செய்வது? 'வீடுதோறும் உள்ள சமையல் அறைகளுக்கு மாற்றாக, வீதிதோறும் சமையல் கூடங்களை உருவாக்குவோம்' என்ற அய்யா பெரியாரின் கருத்தே இவரிடமும் எதிரொலிக்கிறது.

இந்நூல் ஒவ்வோர் ஆணும் படித்து உணரவேண்டிய பெண்களுக்கான நூல் என்று சொல்லலாம்.

இறுதியாக, நூலாசிரியரிடம் எனக்கு ஒரு சின்னக் கேள்வி இருக்கிறது. ஆண்களைச் சார்ந்தே பெண்கள் வாழ வேண்டும் என்று கருதுகின்ற, பாலினச் சமத்துவமற்ற இச்சமூகத்தை மிக நியாயமாகச் சாடுகின்ற நீங்கள் ஏன் இன்னும் 'உமா சுப்பிரமணியன்' என்றே உங்கள் பெயரைக் குறிக்கின்றீர்கள்? எந்த ஆணும், தன் பெயரைத் தன் தாய் அல்லது மனைவி பெயரோடு சேர்த்து எழுதிக் கொள்வதில்லையே!

அன்புடன்
சுப.வீரபாண்டியன்

அணிந்துரை

தொல்.திருமாவளவன் அவர்கள்
நாடாளுமன்ற உறுப்பினர்
தலைவர், விடுதலைச் சிறுத்தைகள் கட்சி

கவிஞர் உமாசுப்பிரமணியன் அவர்களின் 'மகளின் மகள்' கவிதைத் தொகுப்பினைப் படித்தேன். இத்தொகுப்பு, பெண்களின் வலிகள் மற்றும் வலிமைகள் பற்றிய உணர்ச்சிப் பிழம்புகள் கொட்டிக் கிடக்கும் நெருப்புக் கிடங்காய் கொதிக்கிறது. கவிதைகள் ஒவ்வொன்றிலும் கவிஞரின் ஆவேச அனலடிக்கிறது.

'மகளின் மகள்' என்றால் பேத்தி அல்லது பெயர்த்தி என்பதை நாம் அறிவோம். இத்தொகுப்புக்கு நேரடியாக 'பேத்தி' எனத் தலைப்பிடாமல், 'மகளின் மகள் ' என தலைப்பிட்டிருப்பது ஏன் என்கிற கேள்வியை எழுப்புகிறது.

மகளின் மகளான பேத்தி என்றால், தனது குருதியிலுள்ள 'மரபணு' வழியிலான பரிணாம வளர்ச்சி மற்றும் தொடர்ச்சியை அடையாளப் படுத்துவதற்காக மட்டுமே எனக் கருத முடியாது. பாலினத்தின் பெயரால் சமூகத்தில் தலைமுறை – தலைமுறையாய் வெவ்வேறு பரிமாணங்களில் நீடித்து வரும் பாகுபாடுகள், ஒடுக்கு முறைகள் மற்றும் சுரண்டல் போன்றவற்றின் 'மரபு' வழியிலான பரிணாம வளர்ச்சி மற்றும் தொடர்ச்சியினைக் கொண்டிருக்கிறது என்பதையும் உணர்த்துகிறது. அதாவது, மரபணு வழியிலான உறவுமுறை என்பதுடன் மரபு வழியிலான சமூக ஒடுக்குமுறைகளையும் எடுத்துரைக்கும் தலைப்பாகவே இது அமைந்திருக்கிறது.

அதாவது, தாய், மகள், பேத்தி எனத் தலைமுறை தலைமுறையாகத் தொடரும் பெண்களுக்கு எதிரான ஆணாதிக்கப் போக்கினை அம்பலப்படுத்தும் நோக்கில்தான் 'மகளின்மகள்' என நூலாசிரியர் கவிஞர் உமா அவர்கள் இத்தொகுப்பிற்குத் தலைப்பிட்டுள்ளார் எனப் புரிந்து கொள்ள முடிகிறது.

மகளின் மகள் மட்டுமல்ல; மகனின் மகளும் பேத்தி தான். மகன் வழி பேத்தியும், மகள் வழி பேத்தியும், ஆக இருவருமே பெண்பிள்ளைகள்தாம். ஆனால், மகள்வழி பேத்தி என்கிறபோது, தாய் – மகள் – மகளின் மகள் என்கிற தலைமுறை தொடர்ச்சியில் பெண்களுக்கெதிரான ஆணாதிக்க ஒடுக்குமுறையின் தொடர்ச்சியும் இடைவெளியின்றி இழையோடுகிறது. அதே வேளையில் அத்தகைய ஒடுக்குமுறைகளுக்கு எதிரான எதிர்ப்புணர்வும் தொடர்கிறது என்பது இங்கே உணரத்தக்கதாகும். அந்த எதிர்ப்புணர்ச்சி, மிகவும் இயல்பான எதிர்ப்புக் குரலாக மகளின் மகள்வழி வெளிப்படுகிறது. அதனையே கவிஞர் உமா இத்தொகுப்பில் வெளிப்படுத்துகிறார்.

பெண் பிள்ளைகள் என்றாலே இச்சமூகத்தில் ஒரே வகையிலான வளர்ப்புமுறைகளும் அணுகுமுறைகளும் தான் நடைமுறையில் உள்ளன. அதற்கு ஆண்கள் பெண்கள் என இருதரப்பாரும் தான் பொறுப்பு. அதாவது, பெண் பிள்ளைகள் என்றால், அடக்கம் – ஒடுக்கம், பணிவு – குனிவு, பொறுமை – சகிப்புத்தன்மை போன்ற யாவும், குடும்பம் என்கிற 'சமூக – பண்பாட்டு நிறுவனத்தின்' மூலமே கற்பிக்கப்படுகின்றன. அவற்றைப் போதிக்கும் பொறுப்பை தாய்– தந்தை உள்ளிட்ட குடும்பத்தைச் சார்ந்த யாவரும் மேற்கொள்கின்றனர். அதாவது, ஆண்– பெண் என யாவருமே அதற்குப் பொறுப்பாகின்றனர்.

ஆண்களுடன் பெண்களும் இணைந்து பெண்களை ஒடுக்கும் நெடுங்காலத்துச் சமூக உளவியல் போக்கு தான் இன்று 'ஆணாதிக்கம்' என அடையாளப்படுத்தப்படுகிறது. இத்தகைய ஆணாதிக்க ஒடுக்குமுறைகளையும் சுரண்டல் போக்குகளையும் தனது சுடுசொற்களால் சுட்டெரிக்கிறார் படைப்பாசிரியர் உமா சுப்பிரமணியன்.

இந்தக் காலம், என் காலமோ அல்லது என் மகளின் காலமோ அல்ல; மாறாக, என் மகளின் மகளான 'என் பேத்தியின் காலம்' என்று போர்க்குரலெடுத்து ஓங்கி உரத்துப் பேசுகிறார். அதாவது, இங்கே பேத்தியின் குரலாய் ஒலிப்பது பாட்டியின் குரலேயாகும். பேத்தி எழுப்பும் கேள்விகள் யாவும் பாட்டியின் வலிகள் தாம்.

பாட்டிக்கு மட்டுமில்லை; மகளுக்கும்தான். மகளுக்கு மட்டுமில்லை; மகளின் மகளுக்கும் தான் அவ்வலிகள் தொடர்கின்றன. பாட்டியின் காலத்தில் அவை முனகல்களாக ஒலித்தன. மகளின் காலத்தில் அவை குமுறல்களாகத் தெறித்தன. ஆனால் இன்று மகளின் மகளான பேத்தியின் காலத்தில் அந்த வலிகள் யாவும் ஆணாதிக்கப் பகையை எச்சரிக்கும் உறுமல்களாக வெடிக்கின்றன.

சான்றுக்குச் சில வரிகளை இங்கே சுட்டிக்காட்டுவது பொருத்தமாக அமையும்.

‘அடுப்பெரி யென்றது
என் அம்மாவின் குரல்!
அதே ஆவேசத்துடன்
அடுத்த நொடியே
பொங்கித் தின்பதைப்
பொதுவாக்க வேண்டுமென்ற கூக்குரலோடு
இதோ.. இதோ எரிக்கிறேன்
அடுப்படியை என்கிறாள்
என் மகளின் மகள்!’

‘ஆண்டாண்டாய்
அடிபட்டும்
வலிக்காததுபோல்
வாழ்ந்தது போதும்
திருப்பி அடி!’

‘சாட்டையை எடு
வேட்டையை
வீட்டில் தொடங்கு!’

‘விரும்ப, வெறுக்க
உரிமையுண்டு
விளங்கிக்கொள்!
விலகிச் செல்
வெறியாட்டம் வீரமல்ல!
இனம் காக்கும் இணையை
இறைவியெனத் தொழவேண்டாம்
இரையெனத் தொடவேண்டாம்!’

‘மனசுக்குப் பிடித்தவனுடன்
மண வாழ்க்கை வாழ்வதற்கு
அஞ்சவும் மாட்டேன்
அனுமதிக்காகக்
கெஞ்சவும் மாட்டேன் என,
தூளுரைக்கிறாள்
ஆதி மகளின்
சுயம் உரைக்கின்றாள்!’

‘புறத்தோற்றத்திற்காகப்
புலம்ப வேண்டாம்
‘பெண்’ என்பதே
பெண்ணின் பெரும் தகுதியெனத்
தெளிவோம்!’

‘ஆனாலும்,
மீசை வீரத்தின் விலாசமல்ல
அது வெறும் மயிர்!’

‘கற்பெனும் மாயையால்
கல்லெனக் கிடந்தாய்
நாற்குணம் காத்தது போதும்
போர்க்குணம் கொள் பெண்ணே!

உடலால் ஒதுங்கி
உணர்வால் ஒடுங்கி
உறைந்தது போதும்
விதிகளை மீறு!

மாயங்கள் போக்க மானுடம் காக்க
நேயங்கள் கொண்டு வா பெண்ணே! ’

‘செத்த மாமிசம் உண்பதுபோல
அவள் சம்மதமின்றி புணர்வதா?’

‘ஆண் இச்சையின்
வடிகால் பெண்னென்று
ஈன எண்ணத்தில் வாழ்வதா’

‘தாத்தா முற்றத்தில்
காற்று வாங்குகிறார்.
ஏன் பாட்டி,
அம்மா
அருவாமனையும்
காய்கறியையும்
உங்களிடம் கொடுக்கிறாங்க?’

'சுலபமாகக் கேட்டுவிட்டாள்
மகளின் மகள்!
சுழன்றுக்கொண்டேயிருக்கிறது
எனக்குள் அவை!'

'அதுவாய் ச் சுழலும் பூமிபோல்
அதுவாய் ஒளிரும் கதிர்போல்
பொதுவாய் இருக்கும் இயற்கைபோல்
அவனாய் இருக்கும் அவன்போல்
அவளாய் இருக்க அளவு ஏன்?'

'தலை நிமிர வேண்டுமெனில்
தலைவிகள் வேண்டும்!
அத்தி பூத்தது போல்
எங்கோ ஒரு தலைவி
போதாது புறப்படு
நமக்கான கட்சிகளைத்
தொடங்கித் தலைவிகளாகித்
தலைமையை மீட்டெடுக்க!'

'பறிபோன உரிமையை
பறிபோன தலைமையை
மீட்டெடுப்போமென
சுய அடையாளத்தோடு
சூளுரைத்துச் சூடேற்றுவோம்
வீடுகளுக்கு வெளியே!'

'உன் அறிவை, ஆற்றலை
அவியலாக்கிப் பொரியலாக்கிப்
பெருமைகொள்ளெனப்
பிடரி பிடித்து உலுக்குவதோடு
பிடாரியென்ற அடைமொழி தந்து
அடக்க முற்படும்
அழுத்தத்திலிருந்து
திமிர்! நிமிர் !'

'வெளியே வா பெண்ணே
உன் ஒளியைத் தா பெண்ணே

இந்த உலகின் விழியாய்
உயர்வின் வழியாய்
நிற்பாய் நீ முன்னே!'

இவை போன்ற வரிகள் ' பெண்வலி ' எத்தகைய பெருவலி என்பதை உணரமுடிகிறது. இதனை ஆண்களால் அறிந்துகொள்ள முடியும்; ஆனால், உணர்ந்துகொள்ள முடியாது. அவர்களை உணரச் செய்வதும் ; தலைமுறை தலைமுறையாக வலிகளைச் சுமந்து அவற்றுக்குள்ளேயே உழன்று கொண்டிருக்கும் பெண்களைத் திமிரி எழச் செய்வதற்குமான ஒரு முனைப்பே இத்தொகுப்பாகும்.

புறநிலையிலும் அகநிலையிலும் சமகாலத்தில் பண்பு மாற்றங்கள் நிகழ்ந்தால் தான் புதிய மாற்றங்களுக்கான தாக்கங்கள் நிகழும். அதாவது, புறநிலையாக ஆண் சமூகத்திற்குள்ளேயும் அகநிலையாகப் பெண் சமூகத்திற்குள்ளேயும் ஒரே காலத்தில் பண்புக்கூறுகளில் மாற்றங்கள் நிகழும் நிலையில் பழைமையிலிருந்து புதுமை பிறக்கும். பெண்களுக்கு எதிரான ஒடுக்குமுறைகளும் சுரண்டல் கேடுகளும் ஒழியும். ஆண்களுக்குள்ள இயலாதிக்கம் உதிர்ந்து பாலினச் சமத்துவம் மலரும்.

அதற்கு நூலாசிரியரின் மொழியில்,

'நாற்குணம் காத்தது போதும்
போர்க்குணம் கொள் பெண்ணே!' என்பது தான் பெண் சமூகத்திற்குள்ளேயே நிகழவேண்டிய அகநிலை மாற்றங்களுக்குரிய அடிப்படை தேவையாகும்.

'இனம் காக்கும் இணையை
இறைவியெனத் தொழவேண்டாம்
இரையெனத் தொடவேண்டாம்!' என்பது தான் ஆண்களுக்கான நூலாசிரியரின் அறமார்ந்த அறிவுறுத்தல்.

'மீசை என்பது வீரத்தின் விலாசமில்லை; அது வெறும் மயிர்!' என்பது ஆண்களின் வறட்டு ஆணவத்தைத் தகர்க்கும் ஆவேசம். இவை ஆண் சமூகத்திற்குள்ளே நிகழ வேண்டிய அல்லது புறநிலையில் நிகழ வேண்டிய மாற்றங்களுக்குரியனவாகும். நூலாசிரியர் கவிஞர் உமா சுப்பிரமணியன் அவர்களின் பெண்ணிய வாதங்கள் நம்மிடையே பேருரையாடலாகப் பெருக்கமுற வேண்டும். அவரது சிந்தனைகள் சமத்துவப் புரட்சிக்கான நெருப்பைச் சுமக்கின்றன. அவை ஊழித் தீயாய்ப் பரிணமிக்க எனது வாழ்த்துகள். அவருக்கு எனது மனம் நிறைந்த பாராட்டுகள்!

தொல். திருமாவளவன்
21-10-2024

வாழ்த்துரை

மலர்களின் மகள் உமா சுப்பிரமணியன்

வழக்குரைஞர் **கே.சாந்தகுமாரி** அவர்கள்
சென்னை உயர்நீதிமன்றம், சென்னை.

**"எல்லோருக்குள்ளும் கவிதை இருக்கிறது
அது சிலருக்கு மட்டுமே தெரியும்"** கவிஞர் புவியரசு

கவிஞர் உமாசுப்பிரமணியத்தின் 'மீ' கவிதை நூலைப் படித்து முடித்தபின், மன்னிக்கவும், வாசிப்பின் அனுபவத்திற்குப் பின் எனக்கு இப்படித்தான் தோன்றியது. உமாவிற்குள் இருந்த கவித்துவம், வாழ்க்கை யதார்த்தம், சமூகப் பிரக்ஞை அனைத்தும் அவரை ஒரு முழுமையான கவிஞராகப் பரிணமிக்க வைத்திருந்ததை உணரமுடிந்தது. அதற்குள் எனது கைகளில் தவழ்கிறது 'மகளின் மகள்'.

கவிதை அவரவர்க்குள் கருக்கொண்டு, சொற்களில் பயணப்பட்டு, வெளிவரத் துடித்துக் கவிதையாய்ப் பிரசவிக்கப்படுகிறது.

ஆனால் இத்தொகுப்பிலுள்ள பல கவிதைகள், பல பெண்களின் சிந்தனையாக வெளிப்பட்டு 'மீ' உமாவின் கவிதையாய் மலர்ந்திருப்பது ஒரு புதிய முயற்சி. அடுத்தவர் சிந்தனையை அபகரிப்பவர்கள் மத்தியில் இதிலுள்ள கவிதைகள் அனைத்தும் ஒவ்வொரு பெண்ணின் சிந்தனை எனப் பகிரங்கப்படுத்துகின்ற துணிச்சல்காரி உமா. பாராட்டுகள் தோழி! நீ ஒரு வாடகைத் தாய்!

கரு அவர்களது என்றாலும், உன் எழுத்தெனும் உதிரத்தால் உயிர் கொடுத்தவள் நீயே!

**'இன்பத்துப்பாலின்
பொருள் புரியாதவனின்
காமத்துக் கழிவறையான'** பெண்ணின் கவிதை

இன்பத்துப்பால் இருவருக்கும் பொதுவெனும் நெறியறியாத மூர்க்கர்களுக்குப் பாடமாக அமையும்.

‘தன்வாசமிழந்து
துர்வாசத்தோடு
துணைகொள்ளும் கணவனால்
குமட்டுகிறது தாம்பத்யம்!

வன்புனர்வுதான் இதுவுமென
வழக்கு போடப்போகிறேன்’

சபாஷ் போடவைக்கிறது. ‘மேரிடல் ரேப்’ எனப்படும் தாம்பத்ய வன்புணர்வாக அறிவிக்கிற துணிச்சல் என்னை ஆர்ப்பரிக்க வைக்கிறது.

‘பொங்கித் தின்பதைப் பொதுவாக்க
வேண்டுமென்ற கூக்குரல்’

‘சம்பளமில்லா
உத்தியோகத்திற்கு
ஓய்வு இல்லை
ஓய்வூதியமுமில்லை
இல்லத்தரசியெனும்
கம்பள விரிப்புதான் மிச்சம்’

‘அடுப்படியில்
துருப்பிடிக்கிறது
அவள்
ஆற்றலும் அறிவும்’

‘தோல்விக்கும்
அச்சத்திற்கும்
இனிப்
பொட்டையெனப்
பேர் சொல்லப்
பொறுக்கமாட்டேன்’

என அவரது கவிதை வரிகள் புதுமைப் பெண்ணின் குரலாய் ஒலிக்கிறது; படிக்கும்போதே வீறுகொள்ளச் செய்கிறது. அதே நேரத்தில் சாட்டையைச் சொடுக்கவும் தயங்கவில்லை, உமா

'மீசை வீரத்தின் விலாசமல்ல,

மீசையென்பது வெறும் மயிர்!' என்று வெட்டியான மீசை முறுக்கிகளுக்குப் பதிலடி கொடுக்கிறார்.

அண்ணன் அகண்டிருந்தான்
சரிந்த தொப்பையும்
விரிந்த முதுகுமாய்
அண்ணி மட்டும்
பதுமைபோல் வேண்டுமென
இணையத்தில் தேடுகிறான் –என முரண்பாடுகளான ஆண்களைச் சாடுகிறார்.

டாடா குழுமத்தின் தலைவிகள் கவிதையில்

மாமியார்
சத்தமாய்ச் சொன்னாள்
அப்படியே
அப்பனாட்டமே
கேட்கிறான் பாரு! – என்ற வரியில் தலைமுறை தலை முறையாய்த் தொடரும் அவலத்தைத் தோலுரித்துக் காட்டுகிறார். கவிஞரது சிந்தனைகள் வார்த்தைகளின் வீரியத்தைக் கூட்டுகிறது.

உமாவின் சொற்கள் அலங்கார வகையினைச் சேர்ந்ததல்ல. கவிதைக்கெனப் பிரத்தியேகமான மொழிகளைத் தேடாமல் வாழ்வியல் மொழிகொண்டு படைத்துள்ளார்; அதுவே வாசகரை நெருங்கச் செய்யும் மாயம் புரிகிறது.

தங்களது வாழ்க்கை அனுபவங்களின் வேதனைகளைத் தாண்டி நம்பிக்கைகளோடு விடியல் நோக்கி நகரும் நம் சகதோழிகளின் பயணங்களே பெண்களது வலிகுறித்துப் பேச வைத்திருக்கிறது உமாவை.

சிறைகளை முறிக்கவும், சிறகினை விரிக்கவும் வேலியற்ற பெருவெளிகளெனப் பெண்கள் தங்களை உணரச் செய்யும் இக்கவிதைகள் வீரிய வித்துக்களாக விதைக்கப்பட்டிருக்கின்றன.

கவிஞர் உமா வெறும் கவிஞர் மட்டுமல்ல, மூடநம்பிக்கைகளை வேரறுக்க, புதிய யுகத்தைப் படைக்கப் பெண்ணே பெருஞ்சக்தியென உணர்த்தும் போராளி.

தொடரட்டும் உங்கள் பணி.

கே.சாந்தகுமாரி

என்னுரை

உமாசுப்பிரமணியன்

நூலாசிரியர்

அரூபசீவனாய் என் அருகில் இருந்து அல்லும் பகலும் என்னைக் காத்துக் கொண்டிருக்கும் தாய் லோகாம்பாள், தந்தை கவிஞர் வீர சண்முகம் இருவரையும் வணங்கித் தொடங்குகிறேன்.

திரு. தொல்.திருமாவளவன் அவர்கள், விடுதலைச் சிறுத்தைகள் கட்சியின் தலைவர் என்பது நாடறிந்த செய்தி, என்பது போலத்தான் ஒடுக்கப்பட்ட மக்களின் பிரதிநிதி என்பதும். சரி, கவிதைத் தொகுப்பிற்கு ஏன் திருமாவளவன் அவர்களின் அணிந்துரை?

ஒடுக்கப்பட்ட மக்களுக்குள் பெரும்பான்மையாக இருப்பவர்கள் பெண்கள். ஒடுக்கப்பட்டவர்களுக்குள் ஒடுக்கப்பட்டவர்களாக, இதற்குத்தான் இதற்குத்தான் என்று ஒதுக்கப்பட்டவர்களுமாய்ப் பெண்கள். அந்தப் பெண்களின் உணர்வுகள் போராட்டங்கள் காலகாலமாய் கட்டிக்காக்கும் கட்டாயங்கள், இந்த நிலைப்பாடுகளைக் கவிதைகளாகக் கொண்டிருக்கும் மகளின் மகள் எனும் இந்தத் தொகுப்பிற்கு திருமா அண்ணனின் அணிந்துரை என்பது, ஒரு பேருரையாடலை இந்தச் சமூகத்தில் நிகழ்த்தும் என்கிற என் எதிர்பார்ப்பு.எதிர்பார்த்தது போலவே இத்தொகுப்பிற்கு வழங்கப்பட்டிருக்கும் அணிந்துரை மிக ஆழமானது நேர்த்தியானது.

மகளின் மகள் என்கிற தலைப்பை நான் மாற்றப் போவதாகச் சொன்னபோது வேண்டாம் மிகப் பொருத்தமாக இருக்கிறது; மகளின் மகள் என்றே இருக்கட்டும் என்றார்.

நீ................ண்............ட காத்திருப்புக்குப் பிறகு நான் இந்த அணிந்துரையைப் பெற்றேன். காத்திருப்பதற்குக் காரணம் திருமா அண்ணனின் களப்பணிகள்தான் என்று சொல்லித்தான் தெரியவேண்டுமா?

கூட்டம், போராட்டம், ஆர்ப்பாட்டம், மாநாடு, தேடிவரும் மக்களுடன் தோழமையோடும் நேயத்தோடும் உரையாடிப் பொழுதெல்லாம் செயல், இத்தகைய பொருள் நிறைந்த அவரின் நேரத்தில் என் கவிதைகளை முழுக்க வாசித்து வழங்கி இருக்கும் இந்த அணிந்துரையானது, இந்தக் கவிதைத் தொகுப்பு பற்றிய கருத்துத் தொகுப்பு என்பதோடு இந்தச் சமூகத்தில் பெண்ணுக்கான நிலைப்பாட்டையும் எத்தகைய மாற்றத்திற்கு உட்பட வேண்டும் என்கிற வகைப்பாட்டையும் (ஆண் சமூகத்திற்கு உள்ளே

நிகழவேண்டிய அல்லது புறநிலையில் நிகழவேண்டிய மாற்றங்களுக்குரியனவாகும்) வழங்கியிருக்கிறார். அண்ணன் திருமா அவர்களுக்கு நான் மிகுந்த நன்றிகளைத் தெரிவித்துக்கொள்கிறேன் .

வழக்கறிஞர் சாந்தகுமாரி அவர்களை மகளின் மகள் எனும் இந்தத் தொகுப்பிற்கு வாழ்த்துரை கேட்கச் சந்தித்தபோது 'மீ' உமாவிற்குத் தாராளமாகத் தந்துவிடுகிறேன் என்று என்னுடன் இன் முகத்துடன் உரையாடினார். அவர்களின் பொருள் நிறைந்த நேரத்தில் என் கவிதைகளை வாசித்து, உள்வாங்கி, நேர்த்தியான வாழ்த்துரையை வழங்கியதோடு, அலைபேசியில் அழைத்து மென்மேலும் கவிதைகள் எழுத வாழ்த்துகளையும் தெரிவித்தார்கள். இந்தத் தொகுப்பில் கவிதைகளாக இருக்கும் பெண்களை நேரில் கண்டு, 35 ஆண்டுகளாக அவர்களின் உரிமைக்கான போராட்டத்தில் தன்னை ஈடுபடுத்திக்கொண்டு, தொடர்ந்து பெண்களுக்காகக் குரல் கொடுக்கும் வழக்கறிஞர் சாந்தகுமாரி அவர்களுக்கு எனது நன்றிகளையும் பெண் இனத்தின் சார்பாகவும் நன்றியைத் தெரிவித்துக்கொள்கிறேன்.

பேசியே மயக்கிடுவாங்க என்று சொல்லக் கேள்விப்பட்டிருப்போம். பேசித் தெளிய வைப்பாங்கன்னு ஒரு சொல்லாடல் நமக்கு வழக்கத்தில் இல்லை என்றுதான் நினைக்கிறேன். அப்படித் தெளியவைக்கிற பேச்சுக்குரியவர்கள் யார் யார் என்று என்னைக் கேட்டால் சட்டுனு சுப.வீ ஐயா என்று சொல்லிவிட்டு யோசித்து அடுத்த நபரைச் சொல்ல முயற்சிப்பேன்.

சுப வீரபாண்டியன் ஐயா அவர்கள் தொடர்ந்து பல கருத்துகளை, அவர் படித்து அறிந்துகொண்ட செய்திகளைத் தெளிவான உச்சரிப்போடு தன் பேச்சாற்றலால் இந்தச் சமூகத்திற்குத் தொண்டாற்றி வருகிறார். தன் வாழ்நாளின் பெரும் பகுதியைப் படிக்கவும் பேசவும் அர்ப்பணித்துவிட்ட எளிமையான, பழகுவதற்கு இனிமையான சுபவீ ஐயா என் கவிதைகள் பற்றி கருத்து சொல்ல வேண்டும் என்கிற என் சுயவிருப்பத்தின் காரணமாகவும், பெண்ணின் உரிமைகளுக்கு வாழ் நாளெல்லாம் போராடிய பெரியாரின் கொள்கையைத் தொடர்ந்து முழக்கமிடுபவர் என்பதால் இந்தத் தொகுப்பிற்கு சுபவீ அய்யாவின் கருத்துகள் பொருத்தமானதாகவும், அவசியம் இடம்பெற வேண்டும் என்றும் எண்ணினேன். அய்யா அவர்களின் மதிப்புரை இந்த நூலுக்குச் சிறப்பினையும் சேர்த்திருக்கிறது.

சுப வீ ஐயாவின் மதிப்புரையில் என்னை ஒரு கேள்வி கேட்டிருக்கிறார்.சமத்துவமற்ற இச்சமூகத்தை மிக நியாயமாகச் சாடுகின்ற நீங்கள் ஏன் இன்னும் உமாசுப்பிரமணியன் என்றே உங்கள் பெயரைக் குறிக்கின்றீர்கள் என்று.

உமா வீர சண்முகமாக (தந்தை) இருந்த நான் உமாசுப்பிரமணியனாக (கணவர்) அடையாளப்படுத்தப்பட்டிருக்கிறேன். நான் விரும்பி இணைத்துக் கொண்டதல்ல அம்மா, பாட்டி, பூட்டிக்கு இணைக்கப்பட்டது. நான் பதில் சொல்லாமல் காரணங்களைச்

சொல்லுகிறேன் என் மகளின் மகள் பதிலாகவே இருப்பாள் இதுவே என் பதில்.

வீட்டில் தொடங்குவோம் வேட்டையை! என்பதே சரி என்பதற்குச் சான்று தருவது போல் சுப வீ ஐயா வீட்டில் தொடங்குவோம் வேட்டையை! என்ற தலைப்போடு இந்தத் தொகுப்பிற்கு மதிப்புரை வழங்கிச் சிறப்பித்தமைக்கு மிகுந்த நன்றியைத் தெரிவித்துக் கொள்கிறேன்.

இந்தத் தொகுப்பில் கவிதைகளாக இருக்கும் பெண்ணின் உணர்வுகள் போராட்டங்கள் கனவுகள் எதிர்பார்ப்புகள் அனைத்தும் நான் பார்த்த, பழகிய பெண்களின் வாழ்க்கை. சில பெண்கள் என்னிடத்தில் முதலில் இதை எழுதுங்கள், என் கதையே பெரிய கதை, என் வாழ்க்கையே பெரிய போராட்டம், எது எதுக்கோ நான் ஏங்கி நிற்கிறேன் என்ற புலம்பல்கள் கோவங்கள் எல்லாம் என்னிடத்தில் பகிர்ந்து கொண்டவை; நான் பார்த்து உணர்ந்து கொண்டவை. இவை எல்லாம் இந்தத் தொகுப்புக்குள் கவிதைகளாக வெளிப்படுத்தப்பட்டு இருக்கின்றன. புலம்பியே பொழுதுகளைக் கடந்த இவர்களின் மகளின் மகள்கள் உரிமைகளைக் கேட்டு நிற்க மாட்டார்கள்.

தடைகளைத் தகர்ப்பதற்கு தன் பங்கிற்கு அம்மாக்களும் பாட்டிகளும் இப்போதே அணிவகுக்கத் தொடங்கி விட்டார்கள். பெண்ணிய சிந்தனைகளை மட்டுமே ஒரு கவிதைத் தொகுப்பாகப் பதிவு செய்திருக்கும் எனது முதல் கவிதைத் தொகுப்பு இந்த நூல். எனது கவிதைத் தொகுப்பு நூலில் எல்லா உணர்வுகளையும் பாடுபொருளாகக் கொண்டுதான் இதற்கு முன் எழுதியிருக்கிறேன். முழுக்க முழுக்க பெண்ணிய சிந்தனைகளுக்கு என்றே திட்டமிட்டபடி இந்தத் தொகுப்பினைப் படைத்திருப்பதைக் கடமையாக கருதுகிறேன்

இந்த நூலைச் சிறப்பாக ஒளிஅச்சு செய்திட்ட இயல் வரைகலையகம் சார்ந்த தோழர் து.சுரேஷ்குமார் அவர்களுக்கும் மிகுந்த நன்றியினைத் தெரிவித்துக் கொள்கிறேன். இந்தத் தொகுப்பிற்கு மெய்ப்புப் பார்த்து என் எழுத்தை ஊக்கப்படுத்தியிருக்கும் திரு. நா.புஷ்பராஜ் அய்யா அவர்களுக்கும் என் நன்றிகளைத் தெரிவித்துக்கொள்கிறேன். திரு. நா.புஷ்பராஜ் அய்யா அவர்கள் சிலம்பொலி செல்லப்பனாரின் மருமகன் ஆவார். ஐய்யப்பாடு ஏற்படும் போதெல்லாம் தொலைபேசி வழியாகவே வழி நடத்தும் ஆசிரியர் காரைக்குடிக் கல்விச் சாலை ஆறு.கதிரவன் அவர்களுக்கும் எனது நன்றியைத் தெரிவித்துக் கொள்கிறேன். வழக்கம்போல் எனது நூல் வெளிவர உதவிய அத்தனை நல் உள்ளங்களுக்கும் எனது நன்றிகள்.

நட்புடன்

உமாசுப்பிரமணியன்
9789979440
umakavi2013@gmail.com

பிறப்பே பெருமை

இப்புவியில்
நாயாய்,
பன்றியாய்,
பறவையாய்,
பூச்சியாய்,
புழுவாய்,
எவ்வுயிராய்ப் பிறப்பினும்
எவ் வடிவம் ஆயினும்
பெண்ணாய்ப் பிறக்கவே
பெரு விருப்பம்!

உயிர் சுமக்கும்
உன்னதமும்
அமுதூட்டும்
அற்புதமும்
பெண்பாலில் நிகழ்வதால்
உயிர் சுமக்கும் உயிராய்
பிறப் பெடுத்தமைக்குப்
பெருமை கொள்கிறேன்!

■

ஞானத்தின் விடிவு

தனித்து விடப்படுகிறாள்
சாமத்திற்குப் பிறகு
அடடா!
நமக்கான நேரமென
நினைத்த நொடியே
மூளைக்குள் முளைவிட்டது
புத்துணர்வு
அக்கணமே
ஆட்கொண்டது சோர்வு
இல்லக் கடமைகளில்,
காலத்தின் உணவாகி விடுவாளோ?
ஞாலத்தின் கனவான
ஞானத்தின் விடிவான
பெண்!

■

விவாதிப்பேன்

நிக்கோடின் முத்தத்தால்
நெளிந்த போதும்
நிறுத்தவில்லை அவன்
நெருங்குவதை
நிராகரிக்க முடியாமல்
நிர்பந்திக்கப்பட்டேன்!

ஆல்கஹால் ஸ்வாசத்தோடு
அணைக்கின்றான்
அருவருப்புடன்
அடங்குகிறேன்
'இன்பத்துப் பாலின்'
பொருள் புரியாதவனின்
காமக் கழிவறையாகி விட்டேன்!

தன் வாசமிழந்து
துர்வாசத்தோடு
துணை கொள்ளும் கணவனால்
குமட்டுகிறது
தாம்பத்தியம்!

வன்புணர்வுதான் இதுவும்
வழக்குப் போடப் போகிறேனென
வாதாடிய என்னை
அடக்கினார்கள் அம்மாவும், அக்காவும்.

வீட்டுக்கு வீடு
உள்ளதுதானென்று
விடுவதாக இல்லை நான்
கலவியைக் கற்பழிப்பாக்குகிறாயே
என, விவாதிப்பேன்
அவனிடமே என்றேன்!

■

பொது வாக்கு

எதுவாக
ஆனபின்பும்
அதுவாகவே
இருக்கும் ஏவல்!

போ.... போய்
அடுப்பெரி யென்றது
என் அம்மாவின் குரல்

அதே ஆவேசத்துடன்
அடுத்த நொடியே
பொங்கித் தின்பதைப்
பொதுவாக்க
வேண்டுமென்ற கூக்குரலோடு

இதோ... இதோ
எரிக்கிறேன்
அடுப்படியை
என்கிறாள்
என் மகளின் மகள்!

■

டாட்டா குழுமத்தின் தலைவிகள்

வேலைக்குச் செல்லும்
கணவனுக்கு
முப்பதாண்டுகளாய்
முகம் சுழிக்காமல்
முற்றத்தில் நின்று டாட்டா!

பள்ளிக்குச் செல்லும்
தன் பிள்ளைகளுக்கு
வாசலில் நின்று டாட்டா!

வேலைக்குப் போகும்
திருமணமாகாத மகன், மகளுக்கு
தினம், தினம் டாட்டா!

பேரன், பேத்திக்குப்
பிடித்தது போல்
பாய் சொல்லி டாட்டா!

அவசரமாய் வரும்
ஒண்ணுக்கு, இரண்டுக்கும் கூட
போகாமல்
கண்ணிலிருந்து மறையும்வரை
காத்திருந்து
டாட்டா சொன்னவளைப் பார்த்து
நேற்று ஓய்வுபெற்ற
கணவன் கேட்டார்
காலையில போனா
இராத்திரி வீட்டுக்குவரப் போறாங்க
வெளிநாடு போறதுபோல
வழியனுப்புறே என்று

நீ டாட்டா சொல்லாட்டி
டயடா இருக்குன்னு
வசனம் பேசிய
வாயா இதுவெனத்
திறந்த தன் வாயில்
உள்ளங்கை வைத்துக்
கணவரைப் பார்த்தபோது
அறைக்குள்ளிருந்த
மாமியார்
சத்தமாய்ச் சொன்னாள்
அப்படியே
அப்பனாட்டமே
கேட்கிறான் பாரு!

■

கம்பள விரிப்பு

பொருளீட்டுபவனின்
வாழ்க்கைக்குப்
பொருள் ஈட்டுவதற்காகப்
பொழுதெல்லாம்
உழைப்பவன்!

உழுத மாடும்
தன் தொழுவத்தில்
சாவகாசமாய் அசைபோடும்
இவளோ
வேகவேகமாய்
அள்ளித் தின்பாள்
அடுத்த வேளை உணவை
வேகவைக்க வேண்டிய
வேகத்தில்

ஈரத் தலையை
உலர்த்த நேரமின்றி
நீர்கோர்த்த வலியில்
மதியப் பொழுதுகளில்
மாத்திரை, தைலம்

வலி விட்டும், விடாதபோதும்
வீடு திரும்பியவர்களுக்காகப்
பக்குவம் மாறாமல்
ஆக்கிப்போடத்
தன்னை ஆயத்தமாக்கிக் கொள்ளும்
தன்னூக்கியவள்!

சம்பளமில்லாத
உத்தியோகத்திற்கு
ஓய்வுமில்லை
ஓய்வூதியமுமில்லை
இல்லத்தரசியெனும்
கம்பள விரிப்புதான்
மிச்சம்!

■

சோர்விலாள்

சடங்குகளின்
கிடங்காக இருந்து
சம்பிரதாயங்களுக்குச்
சாம்பிராணி போட்டுக்
குலப்பெருமைக்குக்
குண்டுமணியளவும்
குறை வராமல்
கொலுவிருந்து காத்து

பதின்மத்திலிருந்து
பாடையேறும் வரை
பணிவுக்குப் பாத்திரமாகி,
கொண்டவன்
கொடியோன் என்றாலும்
கும்பிட்டு
அற்பங்களுக்கெல்லாம்
தன்னை அர்ப்பணமாக்கிப்

பிறந்த வீட்டுக்கு
நற்பெயரும்
புகுந்த வீட்டுக்கு
நற்புகழும் வர

என்றோ...

நேர்ந்துவிடப் பட்டவள்!
இன்னும்
சோர்ந்துவிடாமல்
சுழலுகிறாள்
சோர்விலாள்.

கால காலமாய்

தொன்மைத் தீவுக்குள்
எத்தனை கோடி
நாட்களென அலுத்துப்போய்
விடைபெற்றுக்கொள்ள விரும்பி
கைகுலுக்கினேன்

பல்லாயிரக் கணக்கான
நாட்களின் ஸ்பரிசத்தில்
அடைபட்டுவிட்டேன்
வழக்கம் போல்!

சுதாரிப்பாய்
மறுமுறை, கைகூப்பி
விடைபெற நினைக்கையில்
கை கூப்புதலுக்குப் பதில்
கைகூப்பி
வரவேற்புப் பொம்மைபோல்
தீவின் வாசலில்
திணறி நின்றேன்!

அடுத்த முறையாவது
சொல்லாமல்
சென்றிடலாமென்று
சொற்ப தூரம்
சென்றபோது
காணாமல் தேடுவார்களேயெனக்
கனத்த இதயம்
நினைத்த மாத்திரத்தில்
தொன்மைத் தீவுக்கே
வந்து சேர்ந்தேன்

தீவு
திறந்தேதான் கிடக்கிறது
அருகே படகும், துடும்பும் கூட
ஒரு கால் தீவிலும்
ஒரு கால் படகிலுமாய்
யோசிக்கிறேன்
கரையைப் பார்த்து
கால காலமாய்!

சுழற்சிப் பணியில்

அடுப்படியில்
துருப்பிடிக்கிறது
அவள்
ஆற்றலும் அறிவும்

எண்ணத்தால்
எண்ணெய் போட்டும்
செயலில்
தேங்குவதே தொடர்கிறது!

பாத்திரத்தைத்
தேய்க்கும் போதெல்லாம்
தன் "பா" திறம்
தேய்வது போலவே
பரிதவிக்கிறாள்!

மூன்று வேளை
உணவு தயாரிப்பதற்கே
முழுநாளும் மூழ்கிவிட,
மூளை உழைப்பை
முறைப்படுத்த முயலும்போது
வீழ்த்துகிறது
உடற்சோர்வு!

அடுத்த நாள்
அடுப்படி ஆலைக்குள்
சோறு தயாரிக்கச்
சுறுசுறுப்பாகிறாள்

இச் சுழற்சிப்பணியில்
பிள்ளைப் பாசமும்,
இணையின் நேசமும்
கடிவாளமாய்
அவளைச் செலுத்த
தன்னுள் இருக்கும்
ஆற்றலை முன்னிருத்த
அஞ்சாறு நாளைக்கு
அடுப்படியிலிருந்து
விடுப்பு கிடைக்குமாயெனும்
எதிர்ப்பார்ப்போடு
இயங்குகிறாள்
சுழற்சிப் பணியில்!

அணையா கங்குகள்!

தீயிலிறங்கச் சொன்னதும்
தீயிலுறங்கச் சொன்னதும்
தீயிலிட வேண்டிய
தீர்ப்புகள்!

இவற்றைக்
காலத் தீயில்
கருகியவைகளாகக் கருதி
இதன் சாம்பல் மேட்டில்
ஞானத் தீ
வளர்த்தெடுக்க
ஆரத்தி எடுக்கையில்

திராவகப் பாட்டிலோடு
தெருவில் திரிகிறது
அந்த, அருதப் பழைய
அணையா கங்குகள்!

வேலைக்குப் போகிறாள்

காலத்தின் பயனாகக்
கற்கும் உரிமை
கற்றதன் பயனாக
அலுவலகம் செல்லும் உரிமை

அலுவலக உழைப்பால்
ஊதியம் பெறும் உரிமை,
ஊதியத்தின் பயனாக
வீட்டுக்காரனுக்கு
வாக்கப்பட்டதுபோல
வீட்டுக்கடனுக்கும்
வாக்கப்பட்டவளாய்
பெரிய நிலப்பரப்பில்
சூழப்பட்ட வேலிக்குள்
நீளமாய் விட்டுக்கட்டிய
கயிற்றோடு

வெளி உலகப்
பரிச்சயங்களோடு
பெண்!
தன் செலவுகளுக்கு
உரிமையற்றவளாய்

தன் பெற்றோர்க்குத்
தருவதிலும்
தடைகளோடு
உரிமை அங்கியை
அணிந்துகொண்ட
அடிமைத்தனத்தால்
அவளைப் போலவே
அவள் ஊதியமும்
அவனைச் சார்ந்தது!

சார்ந்தே
சக்கையானவளுக்குத்
தன்னுரிமைகளால்
விரிந்த பெண்ணுலகில்
பேருதான் பெத்த பேரு
வேலைக்குப் போகிறாள்!

அவசரமாய் அறிவித்துவிடுங்கள்!

முகமூடி
அணிந்துகொண்டு
வயது வித்தியாசமின்றி
வாங்கிக்கொள்ளலாமென்ற
சலுகையோடு
அதிகாரப்பூர்வமாக
அறிவித்துவிடுங்கள்!

அணிச்சம் பூக்களை
அலறவைத்ததும்
பிஞ்சுப் பிள்ளைகளைப்
பிணமாக்கியதும் போதும்
அஞ்சி நடுங்குது
நெஞ்சம்
தயவுகூர்ந்து
அறிவித்துவிடுங்கள்!

சிறுமிகளைச் சீரழிக்கும்
சிற்றின்ப வெறியர்களுக்காக
அறிவித்துவிடுங்கள்!
பாலியல் பொம்மையாகப்
பயன்படுத்தும் பாவிகளுக்காக
அறிவித்துவிடுங்கள்!

கண்ட இடத்தில்
சிறுநீர் கழிப்பதுபோல
உயிருள்ள பொம்மைகளை
உருக்குலைத்து
உயிர்பறித்து
ஊன்வெறி தீர்ப்பது
ஆண் நெறி ஆகிவிடும்
ஆகவே
அவசரமாய்
அறிவித்துவிடுங்கள்!

இந்தப் பூமியை
பெண் வாழ
அஞ்சுகிற கிரகமாய்
அறிவிக்கும் முன்
அறிவித்துவிடுங்கள்!

■

வீட்டில் தொடங்கு

பெண்ணுக்குரிய
லட்சணமென்று
பேசிக்கொண்டேயிருக்கும்
ஆச்சிகளையும்
அப்பத்தாக்களையும்
பார்த்துதான் கேட்கிறேன்!

அடக்கமும்
அடுப்படியும்
அலுத்துப்போகவில்லையா
ஒடுக்கமும்
உரிமையற்ற நிலையும்
உறுத்தலாக இல்லையா

சம்பிரதாயச் சுமையும்
சமமற்ற நீதியும்
சலித்துப் போகவில்லையா

பொறுமையும்
போலிப் புன்னகையும்
புளிச்சுப் போகவில்லையா

நல்லவளாகப்
பேரெடுக்க ஆசைப்பட்டு
வெறும் வாய்களில்
அவலாக இருக்கிறாய்
உன்னை
மெள்ளாத நாளில்லை
ஊறு சொல்லாத ஆளில்லை

ஆண்டாண்டாய்
அடிபட்டும்
வலிக்காததுபோல்
வாழ்ந்தது போதும்
திருப்பி அடி!
சாட்டை எடு
வேட்டையை
வீட்டில் தொடங்கு!

ஆதிமகளின் சுயம்

குலசாமி
கதைகேட்டுக்
குலை நடுங்கிப் போச்சு!
ஈரக்குலை
நடுங்கிப் போச்சு!

ஆணவக் கொலைகளில்
அவதரித்திருக்கும்
ஆயிரங்குல சாமிகளில்
எஞ்சாமி கத
எப்படிச் சொல்வேன் அத

வேலையாள் மீது
விருப்பம்கொண்டு
ஊரைவிட்டுப் போகையிலே
உடன்பிறப்புகள் பார்த்துவிட
உலகைவிட்டுப்
போகத் துணிஞ்சு
ஒருத்தரை...
ஒருத்தர்
கொன்றுவிட்டு

இரத்த வெள்ளத்திலே
செத்துக் கிடந்த
கதைகேட்டு
ஈரக்குலை
நடுநடுங்கிப் போச்சு

இந்தக் கதை தெரிஞ்ச
எம்பேத்தி
அய்யோ பாவம்
'குலசாமி'ன்னு
அடிக்கடி சொல்வதோடு
ஆவியைப் போக்கி
'சாமி'ன்னு பேரெடுப்பதைவிட
'பாவி'ன்னு
சொன்னாலும் சொல்லட்டும்

மனசுக்குப் பிடித்தவனுடன்
மண வாழ்க்கை வாழ்வதற்கு
அஞ்சவும் மாட்டேன்
அனுமதிக்காக
கெஞ்சவும் மாட்டேன்
என,
சூளுரைக்கிறாள்
ஆதி மகளின்
சுயம் உரைக்கின்றாள்!

இறைவியெனத் தொழவேண்டாம்

சமமென்ற இந்தச் சமூகம்தான்
சரிகாஷாவைச் சாலையில் விரட்டிச்
சவக்குழியில் தள்ளியது

கொடூரக் கொலைவெறிதான்
கோகிலவாணி, ஹேமலதா, காயத்திரியைக்
கோரமாய் எரித்துக் கொன்றது

ஓமலூரர் சுகன்யா, தன் பள்ளியின்
கிணற்றுக்கே பலியிடப்பட்டதைத்
தூர்வாறாமல் தூர்த்துவிட்டோம்

சித்த மருத்துவக் கல்லூரி மாணவியர் மூவர்
செத்துக் கிடந்தனர் கிணற்றினிலே
சில நாட்களில் கோவையில் திவ்யா

வினோதினி முகத்தில் ஆசிட் வீச
ஒன்றரை மாதம் கதறிக் கதறி
ஓய்ந்துபோனது அவளின் உயிர்

ஆதம்பாக்கம் வித்யாவும்
ஆசிட் வீச்சில் அலறித் துடிக்க
சீர்காழியில் சுபாவும்

பதின்ம வயதுப் புனிதாவைப்
பாலியல் வன்முறை செயலாலே
சின்னாபின்னம் செய்த கொடுமை

நிருபயாவின் கொலையில்தான்
நீளமான கொந்தளிப்பு
மற்றவை மர்மமாகக் கிடக்கிறது

உளுந்தூர்பேட்டை பிரியா
உதவினாள் தோழியின் காதலுக்கென
மர்மமாக மரணமடைந்தாள்

சிறுசேரியில் உமாமகேஸ்வரி
சிதைக்கப்பட்டாள்
சிலரின் சிற்றின்ப வெறியாலே

விஷ்ணுப்பிரியா, விக்டோரியா
லீலாவதி, விஜயலட்சுமியைத் தொடர்ந்து
வெளிவராத பட்டியலுண்டு

ஸ்வாதியோடு
முற்றுப்பெறுமா வெறியென்றால்
பிரான்சினா, மோனிகா எனப்
பட்டியல் நீளுவதைப்
பார்த்துக்கொண்டிருப்பதா?

கருவறையில் தப்பித்து
காசினிக்கு வந்தவளைக்
கழுத்தறுக்கும் கயவர்களே

அறிவார்ந்த செயலாலே
அகவாழ்வோடு
பொருள்தேடப் புறப்பட்டவளை

தொடுதிரைக் கருவியால்
துகிலுரிக்கும் அரக்கர்களைத்
தோலுரிக்க வேண்டாமா?

படிக்கின்ற கூடத்தில்
பணி செய்யும் நேரத்தில்
பாலியல் பண்டமா பெண்?

விரும்ப, வெறுக்க உரிமையுண்டு
விளங்கிக்கொள்,
விலகிச் செல்
வெறியாட்டம் வீரமல்ல

இனம் காக்கும் இணையை
இறைவியெனத் தொழவேண்டாம்
இரையெனத் தொடவேண்டாம்!

■

நீண்ட சதி

தலைமை வகித்தவளைத்
தடம் மாற்றி
நகைப் பூட்டி
ஒப்பனை ஏற்றி
கற்பனைப் பாத்திரங்களால்
கற்பைத் திணித்து
பாவம் பெண்ணென்ற
கழிவிரக்கச் சான்றிதழைப்
பதிவிறக்கம்
செய்தது போதும்
நிறுத்துங்கள்
நீண்ட நாள்
சதியை!

புதுவார்த்தையைக் கண்டுபிடி

ஆண்களுக்குள்ளான
சண்டையில்
ஓர் ஆண்
அஞ்சி நடுங்கி
ஒதுங்கினால்
போடாப் பொட்டையென
இகழ்வதைக் கேட்டு
விழி சிவந்து
மனம் சினந்தேன்!

பொம்பளைக்
கோழையெனப்
பொருள் சொன்னது யார்?
பெண்ணிலிருந்து
பிறந்தவனே...
'பெண்'
பெரு வலிமை பெற்றவள்
என்பதால்தான்
பெற்றெடுக்கிறாள்
மானுடத்தை!

நடுங்கியவனை
நேர் நிறுத்திக் கேள்
புது வார்த்தை
கண்டுபிடித்துத் திட்டு!

அச்சம்
உயிர்களுக்குப் பொது
அறியாமை
மானுடத்திற்குப் பொது
தோல்விக்கும்
அச்சத்திற்கும்
இனி,
பொட்டையெனப்
பேர் சொன்னால்
பொறுக்கமாட்டேன்!

மீசையென்பது மயிர்

மீசையைத் தடவி
முறுக்கிவிட்டுக்கொள்வது
வீரத்தின் அடையாளமென
அற்ப மகிழ்வில்
அகமகிழும் ஆண்களே

பருவ வளர்ச்சியின்
உருவ மாற்றத்திற்கான
ஆண் முகத்திற்கு
இயற்கை வழங்கிய
அழகிய அடையாளம்

மூக்கிற்குக் கீழ்
உதட்டிற்கு மேல்
வளரத்தொடங்கும் மயிர்

அதை
வெவ்வேறு வடிவத்தில்
அழகுபடுத்துகிறாய்
இரசிக்கும்படியாகத்தான்
இருக்கிறது!
ஆனாலும்
மீசை
வீரத்தின் விலாசமல்ல
மீசையென்பது
வெறும்
மயிர்!

தெளிவோம்

நிறைமாதக் கர்ப்பிணிபோல்
நிற்கின்றார் அப்பா

மாமா, சித்தப்பா
பெரியப்பாவும்கூட அப்படித்தான்

அண்ணனும் அகண்டிருந்தான்
சரிந்த தொப்பையும்
விரிந்த முதுகுமாய்

அண்ணி மட்டும்
பதுமைபோல் வேண்டுமென
இணையத்தில் தேடுகிறான்
சதை போட்ட பெண்களைச்
சட்டென நிராகரிப்பான்
தோற்றத்திற்கு ஏற்ப
தேடு பெண்ணை என்றேன்

பெண்ணுக்குத்தான்
பெரும் பட்டியலாம்
ஒல்லியா அழகா
சிவப்பா தலைமுடி நீளமா
இவையோடு
கூடுதல் எதிர்பார்ப்பு

இரண்டு டிகிரி முடித்த
வேலைக்குப் போகிற
குடும்பப் பாங்கான
பெண் வேண்டுமென்கிறான்.

இப்பட்டியலில்
ஒன்றில்கூட
ஒன்றாதவனாய்
இருந்துகொண்டு
'ஆண்' என்பதே
ஆணின் தகுதியென்கிறான்!

கல்விக் கடனடைத்துக்
கல்யாணத்திற்குத்
தயாராகும்போது
வயது கூடிப்போகிறது!

இருக்கையில் அமர்ந்து
எட்டு மணிநேர வேளையில்
எடைகூடிப் போகிறது

ஓய்வில்லா உழைப்பில்
உடல் சூடேறி
உள்ள முடியும்
உதிருகிறது!

அடிக்கிற வெய்யிலில்
'மா' நிறம் மங்க

ஆதி மக்களின்
நிறம் வந்துவிடாமல்
அவ்வப்போது
முகப் பராமரிப்பில்
பணமும் நேரமும்
செலவிட்டு
எதிர்பார்ப்புப்
பட்டியலில் இருக்க
எப்போதும்
கவனம் செலுத்தியது போதும்!

புறத்தோற்றத்திற்காகப்
புலம்ப வேண்டாம்
'பெண்' என்பதே
பெண்ணின் பெருந் தகுதியெனத்
தெளிவோம்!

துத்தநாகம் நீ

அடர் வனத்துச் சுடரொளியே
இடர் பொசுக்கும் தீப்பொறியே
மடம் உடைக்கும் மதி ஒளியே
கடல் குடிக்கும் முகில் வெளியே
நடம் பயிலும் நவயுகமே
மடல் வடித்தேன் மார்பு நிமிர்த்தி!

உடன் பிறந்த உரிமையுணர்வால்
திடம் கொண்டாய் தினம், தினம் நீ
முடமாக்கும் மூடங்களைச்
சடமாக்கச் சனித்தவளே
விடம் கக்கும் வீணர்கள் முன்
புடம் போட்ட பொற்கோலே

ஒற்றைச் சொல்லால்
உனைச் சொல்ல உளமில்லை
மெத்தவும் சொல்லவில்லை
மெய்யுரைத்தேன்
இரத்த நாளங்களில்
துத்தநாகம் துளிர்த்ததுன்
தொடர் களப் பணியறிந்த கணத்தில்!

அப்படியே நகர்ந்தோம்!

கிழிச்ச கோட்டைத்
தாண்ட மாட்டாள்!
என்னைக் கேட்காமல்
எதுவும் செய்யமாட்டாள்
வளர்ப்பு அப்படியென
மார்தட்டும் அப்பாவும்!
ஆமாம் போடும்
அம்மாவும்!

பெண்ணை வளர்ப்பதாக
அடிமையை வளர்த்தெடுப்பதில்
ஆனந்தமடைவதும்!
அடிமையாக இருப்போம்
அடிமை செய்வோமென்ற
மந்திரத்தை
ஆறேழு தலைமுறைக்கும்
அப்படியே நகர்த்தியதைத் தவிர

பகுத்தறிவின் பயனும்
படித்ததன் பயனும்
எதுவெனக் கேட்கும்
மகளின் மகள் முன்னே
இறுக்கமான மௌனத்துடன்
இருக்கிறார்கள்
அம்மா, அப்பாவுடன்
தாத்தா, பாட்டியும்

மகளின் மகள்

பறையால் பதியமிட்டவை
பட்டுப் போகாமல் இன்றும்
பாறைகளிலும்
பள்ளத்தாக்குகளிலும்
முளைவிடுகின்றன

சேயோளால்
செதுக்கப்பட்டவை
ஆங்காங்கே
சிதறிக் கிடக்கின்றன
சில நேரங்களில்
சிராய்த்தும் விடுகின்றன

ஓட்டியால் உருவானவை
ஒட்டிக் கிடக்கின்றன
உதிராமல் உதிரத்தில்

பூட்டியால் பூட்டப்பட்டவற்றைப்
புதுச் சாவிகளால்
முழுவதுமாய்த் திறக்க முடியவில்லை

பாட்டியால் பழக்கப்பட்டவை
பாதியும்
அம்மாவால் ஆதங்கப்பட்டவை
பாதியுமாக
என்னைச் சூழ்ந்ததோடு
என் மகளையும் சுற்றி வளைக்கச்
சூழல் பார்க்க
தீர்க்கமாய்ச்
சொல்லிவிட்டாள்
மகளின் மகள்!

பறையால் பதியமிட்டவை
சிறையாக்குமானால் – அதைச்
சிதைப்பேன்

சேயோளால்
செதுக்கியவற்றால்
நான், ஒடுக்கப்படுவேனென்றால்
ஒதுங்குவேன்

ஓட்டியால் உருவானவை
உரிமைகளை உறிஞ்சுமானால்
உதறிவிடுவேன்

பூட்டியால் பூட்டப்பட்டவை
புதைகுழியென்றால்
பூட்டுகளை உடைப்பேன்
புதைப்பேன் சாவிகளையும்

பாட்டியால்
பழக்கப்பட்டவற்றையும்
அம்மாவால்
ஆதங்கப்பட்டவற்றையும்
சும்மா, சும்மா
சொல்லாதீர்கள்
விலங்குகளை
விதவிதமாக அணிந்துவிட்டு
அழுத்துகிறதென
அலறுகிறீர்கள்
அப்படியே நின்றுவிடுங்கள்
புதிதாய்த் தொடங்குகிறேனென்று
தீர்மானமாய்ச் சொல்லிவிட்டாள்
மகளின் மகள்.

குறிப்பு:
பறை - பாட்டியின் அம்மாவின் பாட்டி
சேயோள் - பாட்டியின் அம்மாவின் அம்மா
ஓட்டி - பாட்டியின் அம்மா
பூட்டி - அம்மாவின் பாட்டி
பாட்டி - அம்மாவின் அம்மா
அம்மா = அம்மா
மகள் = மகள்

■

சுழன்றுகொண்டேயிருக்குது

தாத்தாவும் நீங்களும்
வீட்டுக்கு வந்தீங்க
இருவருக்கும்
தண்ணீர் கொடுத்துத்
தேனீர் கொடுத்தாள் அம்மா.

தாத்தா முற்றத்தில்
காற்று வாங்குகிறார்
ஏன் பாட்டி
அம்மா, அறுவாமனையும்
காய்கறியையும்
உங்களிடம் கொடுக்கிறாங்க?

சுலபமாகக்
கேட்டுவிட்டாள்
மகளின் மகள்!
சுழன்றுகொண்டேயிருக்கிறது
எனக்குள் அவை!

காம ஊனர்கள்!

பால் மனத்துடன்
மழலை பேசும்
சின்னஞ்சிறு
பெண்ணான நான்
புதிதாய்
முடக்கப்படுகிறேன்
'சார்' களுக்கும்
சபலம் வருமாம்
உள்ளாடைக்குப் பதிலாக
கவசம் அணிந்து
கல்விக்கற்கப்
பள்ளிக்குச் செல்கிறேன்
காம ஊனர்வுகளின்
தேக வேட்டைக்கு
அஞ்சி
புதிது புதிதாய்
முடக்கப்படுகிறேன்!
முட்டி மோதி
முழக்கமிடுகிறேன்!

போதும்

அக்காவுக்கு தம்பியும்
தங்கைக்கு அண்ணனும்
அல்லது
அப்பா சித்தப்பா
தாத்தா மாமாவென
இவர்களெல்லாம்
அருகேயில்லாதபோது
அடுத்த வீட்டு
எதிர்த்த வீட்டுப்
பையன்களைத்
துணைக்கு
அனுப்பத் துணிந்ததும்
'சாண்' பிள்ளையானாலுமென்ற
வீர விலாசம் தந்ததும்!
விட்டொழிந்தாலே போதும்!

மிருகங்கள் உயர்வடா!

இறைவி என்கிறாய்
இரையாய் உண்கிறாய்
என்ன நினைத்தாய் பெண்ணை

இணை என்கிறாய்
துணை என்கிறாய்
தின்று களிக்கிறாய் பெண்ணை

ஊனைத் தேடும் ஆணே
நீ, இயல்பு மாறிப் போனாய்
இரு உயிர்கள் உணரும் உறவை
உன் ஒருவன் உரிமை என்றாய்

அட மானுடா கேளடா
உனைவிட மிருகங்கள் உயர்வடா
அட மானுடா கேளடா
எந்த மிருகமும் உன்போல் இல்லையடா

உயிரைச் சுமக்கும்
உயிரின் உணர்வை
நித்தம் கொல்கிறாய்

அவள் உடலின்
வலிகள் அறியாமல்
உன் தேவையைத் தீர்க்கிறாய்

மலரினும் மெல்லியதென்று
மறைநூல் சொல்லியது
அதை மறந்தாய் மானுடா
நீயும் வெறியாய் மாறியதேன்?

செத்த மாமிசம்
உண்பதுபோல
அவள் சம்மதமின்றிப் புணர்வதும்

ஆண் இச்சையின்
வடிகால் பெண்ணென்று
ஈன எண்ணத்தில் வாழ்வதா

போகப் பொருளாய் நினைத்து
அவள் தேகம் தின்று களித்தோம்
யாவும் அவளாய் இருக்கும்
பெரும் உண்மையைப் புதைத்தோம்

பெண்ணே
உன் பிறப்பே சிறப்பு
உன் வலிதான்
என் வாழ்வின் திறப்பு!
உணர்ந்தேன்
உன் வலி கொஞ்சம்

குறிப்பு:
மாதவி என்ற குறும்படத்திற்காக எழுதிய பாடல்.
இசை - ஸ்டர்லின் நித்யா.
இந்தப் பாடல் வரிகளை இந்தத் தொகுப்பில்
பதிவு செய்ய வேண்டுமென்று நினைத்தேன்.
ஆகையால் இந்தப் பதிவு.

வெற்றிப் பெண்கள்

காலை, மாலை, நன்பகல்
எந்த நேரமும் சேவையில்
பெண்ணிவள்!

வீடு, நாடு இரண்டிலும்
பல நன்மைகள்
சேர்த்திடும் பெண்ணிவள்!

மண்ணிலும், விண்ணிலும்
இவள்தான்!
அறிவிலும், அன்பிலும்
விரிந்தாள்!

கருணையும், கடமையும்
கொண்டாள்
கடவுளைக் கடந்து
நின்றாள்!

வளைகரம் படைத்திடும் வரலாறு
வாழ்த்திட வார்த்தைகள் கிடையாது
வணங்கிடு பெண்ணை நெகிழ்வோடு
வன்கொடுமை நிகழாது!

உயிர்களின் உயர்வும் பெண் இனமே
உயர்வுக்கும், வாழ்வுக்கும் பெண் வரமே
உறவுகள் தள்ளிய முதியவரை
உணர்வுகள் புரிந்தே உதவுகிறாள்!

பிணியில் தவிக்கும் மனங்களுக்குப்
பரிவாய்க் காக்கும் பணி செய்தாள்
படிக்கும் வாய்ப்பை இழந்தவர்க்குப்
பள்ளி செல்லும் வகை செய்தாள்

பட்டம், பதவிகள், பல துறையில்
பாரதி கனவின் நிஜம் இவளே
சட்டம் மருத்துவம் பல கற்றும்
அன்பே உருவாய் ஆனவளே

எதையும் எளிதாய் எதிர்கொண்டாள் – பல
ஏற்றமும் மாற்றமும் தினம் கண்டாள்
காதலும் வீரமும் அவள் கொண்டாள் – பல
கவியிலும் இசையிலும் புகழ் கொண்டாள்

அச்சமும் நாணமும் அவள் வென்றாள் – பல
ஆக்கமும் ஊக்கமும் தினம் தந்தாள்
பாட்டும் கதையும் அவள் சொன்னாள் – அதில்
பண்பையும் ஈகையும் வாழ்வென்றாள்.

குறிப்பு:
சத்தியபாமா பல்கலைக்கழகத்தில் நடந்த மகளிர் தின விருது நிகழ்ச்சிக்காக எழுதிய பாடல்.
இசை – ஸ்டர்லின் நித்யா. இந்தப் பாடலையும் இத்தொகுப்பில் பதிவுசெய்ய விரும்பினேன்.

சுய சக்தி

சக்தி சக்தி சுயசக்தி
உனைச் சுற்றி சுற்றி
வெளிச்சத் தீ

சக்தி சக்தி சுயசக்தி
உந்தன் சிந்தையும், செயலும்
வாழ்வின் உயிர் சக்தி

வெளியே வா பெண்ணே
உன் ஒளியைத் தா பெண்ணே
இந்த உலகின் விழியாய்
உயர்வின் வழியாய்
நிற்பாய் நீ முன்னே

இல்லம் பேணும்
இனிய பெண்ணே
இதயம் முழுக்க
உறுதி கொள்க
உனது திறமை
உலகம் அறிய
விரிந்த உலகில்
விரைந்து இணைக

தனித் திறன்
உனது சரித்திரம்
தலைமுறை பலமுறை
படித்திடும்!
ஒளிர்விடும்
உனது உழைப்புகள்!
அதை உயர்த்திடும்
எமது அழைப்புகள்!

இலக்கு நோக்கி

பெண்ணே நீ
வேலியற்ற பெருவெளி
உன் முன்னே
ஊழி என்பது
சிறு துளி!

சிறைகளை முறி
சிறகென விரி
இலக்கை நோக்கி
எழு பெண்ணே
எங்கும் நிறைவாய்
எதிலும் நிறைவாய்ப்
பொங்கிப் பெருகிட
வா பெண்ணே!

கேட்டுப் பெறுவது
உரிமை அல்ல
கேட்க நாமும்
அடிமை அல்ல

வான வண்ணம்
நம் வண்ணம்
வான வில்லாய்
பல எண்ணம்

நினைத்த வாழ்வை
நிகழ்த்து பெண்ணே
அனைத்தும் உனதாய்
ஆகும் இங்கே

கற்பெனும் மாயையால்
கல்லெனக் கிடந்தாய்
நாற்குணம் காத்தது போதும்
போர்க்குணம் கொள் பெண்ணே
உடலால் ஒதுங்கி
உணர்வால் ஒடுங்கி
உறைந்தது போதும்
விதிகளை மீறு

மாயங்கள் போக்க
மானுடம் காக்க
நேயங்கள் கொண்டு
வா பெண்ணே!

குறிப்பு:
'பெண்' அமைப்புக்காக எழுதிய பாடல்.

■

யாராக இருப்பினும்

நேரு மகளாக இருப்பினும்
கலைஞர் மகளாக இருப்பினும்
எத்துறையில் சிறப்பினும்
நேர் காணலில்
நீக்கப்படாத கேள்வி
வீட்ல சமைப்பீர்களா?

உலகாள வந்தாலும்
உலை வைப்பதாரென்று
அறிந்து கொள்ளும்
ஆர்வம்
பெண் நிருபருக்கும்!

விண்வெளிக் கூடத்தில்
வேலைக்குப் போனாலும்
கோலப் போட்டிக்கு
நடுவராக அழைக்க
முன்மொழிவோர் உண்டு!

தலைவிகள் வேண்டும்

அறம் ஒன்றையே
கொள்கையாய்
உறுதிமொழியெடுத்து
அத்துணைப் பெண்களும்
அரசியலுக்கு வருவோம்!

எல்லாத் துறையும்
தொட்டிருக்கிறோம்
இல்லாத இடமேயில்லையென்ற
இனிப்பான முழக்கத்தில்
முளைத்த விடியல்
துளிர்க்காமலிருப்பதைக் கண்டும்
துடிக்காமலிருப்பதா?

அப்பாவின் கட்சிக்குள்
அறியாப் பருவத்திலிருந்து
கணவனின் கட்சிக்குள்
காலம் முழுக்க
மகனின் கட்சிக்கு
மலர் தூவி வாழ்த்தி
மன நிறைவு கொள்வதாய்
மரபுதோறும் நடிக்கிறாய்!

அரசியலென்பதென்ன
ஆணுக்கானதா
அதை,

அடியொற்றி வாழ்வதே
பெண்ணுக்கானதா
இயக்குவது
ஆணும்
இயங்குவது
பெண்ணாயிருக்கும்வரை
தாழ்ந்தே கிடக்குமிந்தச்
சமுதாயம்!

தலை நிமிர
வேண்டுமெனில்
தலைவிகள் வேண்டும்!

அத்தி பூத்ததுபோல்
எங்கோ ஒரு
தலைவி
போதாது
புறப்படு
நமக்கான கட்சிகளைத்
தொடங்கித்
தலைவிகளாகித்
தலைமையை
மீட்டெடுக்க!

அரசியலென்பதை
அறச்செயலென்று
மாற்றியமைக்கத்
தலைவிகள் வேண்டும்!

பறக்க மறந்தேன்

என் சிறகுகளில்
இடைவிடாமல்
கடமைகள் அமர்ந்து
விரித்த சிறகினை
வளைத்ததில்
பறவையென்பதை
மறந்தே போனேன்
இருந்த காலோடு
வளைந்த சிறகும்
இரண்டு கால்களாக
வளர்ப்புப் பிராணியாக
வாழ்ந்து வருகிறேன்.

■

அவதூறு

அவளைத் தூரோடு
சாய்த்துவிடக்
கூரான ஆயுதம்
அவதூறுதான்!
அவதூறால்
ஓங்கியடிக்கும்போது
என்னை
எனக்குத் தெரியுமின்ற
தெளிவெனும் கவசம்
திடுக்கென நழுவி
நிராயுதபாணியாக
நிர்கதியற்றவளாய்
நிமிடப் பொழுதில்
நிலை
குலையச் செய்திட
கூரான ஆயுதம்
அவதூறுதான்!
யாரோ
யாரையோ
தாக்குவதைவிட
அறிந்தவர்களே
அறிந்தவர்களின்
ஆக்கத்தை
அழித்துவிட
அவ்வப்போது
வாயிலெடுக்கும்
வாகான ஆயுதம்
அவதூறுதான்!

கட்டுக்குள் வைத்தாள்

சமையல் கட்டுப்
பாத்திரங்களோடு
பாத்திரமானவள்
கல்வியும் வேலையும்
கைவரப் பெற்றுக்
காத்திரமானாள்
அவனுக்குள்ளிருக்கும்
ஆதிக்க அவர்களை
கட்டுக்குள் வைத்தாள்
பணக் கட்டுக்குள்!
அவன் ஊதியம்
முப்பதாயிரம்
அவள் ஊதியம்
நாற்பதாயிரம்
அசையாச் சொத்துக்கு
உரிமையாளனாகிவிட்டான்
வாழ்க்கைத் துணைவன்
தவணைமுறைக் கடனைத்
தாரம் அடைப்பதால்
பாரம் குறைந்ததில்
உதித்தது அவனுக்குள்
பகுத்தறிவுச் சிந்தனை
நீயும் நானும் சமமென்று
சமயத்தில்
சான்றிதழ் தருகிறான்

சொன்னதைச் சொல்லி

கூட்டுப் புழுவிலிருந்து
பட்டாம்பூச்சி வருமென
அண்ணன் சொல்கிறான்
பட்டாம்பூச்சி
கூட்டுப் புழுவாகுமென
அண்ணி சொல்கிறாள்
பட்டாம்பூச்சியோ
பஞ்சவர்ணக்கிளியோ
பழைய கூண்டிலிருந்து
புதிய கூண்டுக்குள்
வசிக்கும்போது
சொன்னதைச் சொல்லியே
வானம் தாண்டும் கனவிலே
வாழ்ந்து தீர்க்குமென
வாதிக்கிறாள்
வாக்கப்பட்டுப்போன
வசந்தி அக்கா

அவளாய் இருக்க அளவு ஏன்?

அதுவாய்ச் சுழலும் பூமிபோல்
அதுவாய் ஒளிரும் கதிர்போல்
பொதுவாய் இருக்கும் இயற்கைபோல்
அவனாய் இருக்கும் அவன்போல்
அவளாய் இருக்க அளவு ஏன்?

மகளாய் இருக்கச் சிறகு
காதலியாய் இருக்க அழகு
மனைவியாய் இருக்க சிறை
தாயாய் இருப்பதே நிறையென
அவளாய் இருக்க அளவு ஏன்?

வீட்டு வேலையுடன்
ஊடகம் வழியே
நாடகம் பார்த்து
நாளெல்லாம் தீர்க்கலாம்
செய்திகள் பார்த்து நீ
செய்யப்போவதென்னயெனக்
கேள்விக்குறி ஆணியில்
அவளை மாட்டிவைத்து
அவளாய் இருக்க அளவு ஏன்?

பிறந்த, புகுந்த வீடுகள்மீது
பிரியம் வைத்தால் போதுமே
அசையும், அசையாச்
சொத்துக்குச் சொந்தமாய்
இல்லத்து,
உள்ளத்து அரசியாயிருவென
அவளாய் இருக்க அளவு ஏன்?

பூமியைத் தாண்டி
வானம் நீளவில்லை
வானம் தாண்டிப்
பூமி விரியவில்லை
அதனதன் அளவில்
சமமாய் இருக்க
அவனாய் இருக்க
அவனை அளக்காதபோது
அவளாய் இருக்க
அளவு ஏன்?

புரிந்துகொள்

உன் அறிவோடும்
ஆற்றலோடும்
சமமாய்ப் போட்டிக்கு
அழைத்துப்பார்
புன்னகையோடு
பெருமிதத்தோடு
களமிறங்குவேன்
வெற்றி தோல்வியை
என்
தோள்கள் சுமக்கும்!

பிறவியிலே
உள்ளேயும் வெளியேயும்
கூடுதலாக
உறுப்பைப்
பெற்றவளைப் பார்த்துச்
சட்டெனக் கேட்கிறாயே
சட்டையில்லாமல்
நிக்க முடியுமான்னு?

போட்டி விதி தெரியாத
வெறும் பேச்சு வித்தகனே – உனக்கு
இப்படி விளக்கம் தருவதே
பித்துத்தனம்தான்
போற்றாது போனாலும்
புரிந்துகொள் – உன்னைப்
பெத்த இனம் நான்.

போகிறபோக்கில்

உணர்வுகளை
உதிர்த்துவிட்டு
வெறுங்கட்டையாகத்
தன்னை வேகவைத்து
மெய்ப்பித்த பின்னும்
கரிக்கட்டையை
மேலும் தீக்குளிக்கச்
சொல்லுகிறாய்
சாம்பலான பிறகும்
தீக்குளிக்கச்
சொல்லுவாய்
இல்லாத ஒன்றை
எத்தனைமுறை
மெய்ப்பிப்பது
போகிறபோக்கில்
கொளுத்திப்போட்ட
தீப்பந்தங்களால்
உயர்ந்த
சாம்பல்மேடுகளில்
நின்று பார்
மிக ஆழமான
பள்ளத்தாக்கிலே
உனது ஆறறிவு
பாசிபிடித்துக் கிடப்பது
தெரியும்.

புத்திக்குள்தான் தீட்டு

பெண் தெய்வத்தை
நீராட்டுகிறாய்
உடுத்திவிடுகிறாய்
அலங்கரிக்கிறாய்
யார் உன்னை
அனுமதித்தது?
மண்ணும் கல்லும் கலந்த
கோயில் கருவறையைப்
புனிதமாக்கிக்
குருதியும் சதையும் கலந்த
பெண் கருவறையைத்
தீட்டாக்கித்
தள்ளிவைத்த ஆதிக்கமே
உன் புத்தியைத் தீட்டு
உன் புத்திக்குள்தான்
தீட்டு!

பிடுங்கி எறியுங்கள்

தயவுசெய்து
வெளியே போவெனப்
பிடரிப் பிடித்தேனும்
தள்ளிவிடுங்கள் என்னை
இந்த இடத்தில்
மறுபடியும்
உன்னைப் பார்க்கக்கூடாது
இப்பவே போவெனக்
கடுமையாக எச்சரித்து
விரட்டுங்கள் என்னை.
வீட்டைவிட்டுப் போவென்றோ
ஊரைவிட்டுப் போவென்றோ
நாட்டைவிட்டுப் போவென்றோ
விரட்டச் சொல்லவில்லை
அடுப்படியை விட்டு
அடியோடு போவென
விரட்டுங்கள் என்னை.
அப்படியே வலக்கையோடு
ஒட்டிப் பிறந்த
அகப்பையைப்
பிடுங்கிக்கொண்டு
வெகுதூரத்திற்கு
விரட்டுங்கள்

நானே
நகர்ந்துகொள்ளலாம்தான்
நின்ற இடத்தில்
வேர் முளைத்துவிட்டது
பிடுங்கி எறியக்
கேட்டுக்கொள்கிறேன்!

■

வீட்டுக்கு வெளியே

ஆணுக்கு இணையாகி
ஆவதொன்றுமில்லை
பெண்ணாக இருந்தே
பெருஞ் செயல்களாற்றிவிடலாம்
அவனைப்போல்
பிடரி தெரியத்
தலைமயிர் திருத்தி
அவனைப்போல்
காலர் வைத்து
முழுக்கை சட்டைபோட்டுத்
தோற்றத்தில் அவனைத்
தூக்கி சுமப்பதா
பெண்ணுக்கான பெருமிதம்?
பறிபோன உரிமையைப்
பறிபோன தலைமையை
மீட்டெடுப்போமெனச்
சுய அடையாளத்தோடு
சூளுரைத்துச்
சுடரேற்றுவோம்
வீடுகளுக்கு
வெளியே.

■

சூடு உணராமல்

அறைகளுக்குள்
ஒளிர்ந்த
பல நூற்றாண்டுச்
சூரியனின் கதிர்வீச்சுகள்
கதவிடுக்கில் கசிந்ததில்
தன் நெருப்பின்
சூடு உணராமல்
தண்ணொளி வீசும்
நிலவென்று நினைத்து
நிறைவு கொண்டதன்
விளைவால்
இன்னும் உணராமலே
உலவுகிறது
தன் நெருப்பின்
தகிப்பை.

திமிர்... நிமிர்...

ஆண்டாண்டாய்க்
காத்துவந்த அடக்கத்திலிருந்து
அத்துமீறுவதாய்க்
குற்றச்சாட்டு
அடக்கமாக இரு
அடக்கமாகும்வரை
அடக்கமாக இருவென
திரும்பும் திசையெல்லாம்
உன்னை நோக்கும்
அம்புகள்
உன்னை வளைக்கும்
வேலிகள்
உன் அறிவை
ஆற்றலை
அவியலாக்கிப்
பொரியலாக்கிப்
பெருமைகொள்ளெனப்
பிடரி பிடித்து
உலுக்குவதோடு
பிடாரியென்ற
அடைமொழி தந்து
அடக்க முற்படும்
அழுத்தத்திலிருந்து
திமிர்... நிமிர்....

கைம்பெண்ணுக்குப் பஞ்சமில்லை

காலகாலமாகக்
கைம்பெண்ணுக்குப்
பஞ்சமில்லை
அன்று
போர்க்களத்தின்
வீரமரணங்களால்
வீட்டுக்கு வீடு
வெள்ளைச் சீலக்காரி கள்
பூப்படையுமுன்னமே
பூ துறந்த புண்ணிய வதிகள்
திலகம் வைத்த நெற்றியில்
திருநீறு நிறைத்த தியாகிகள்
இன்றோ
புதுப்புதுப் போதைக் களத்திலே
போய்ச்சேரும் ஆண்களால்
பாட்டி வாழ்ந்த வாழ்வை
மாற்றி வாழ முயன்று
விருப்ப உடையில்
வீடுகடந்து
தகப்பனுமானவளாய்

உழைத்து வாழ்ந்து காட்டும்
கைம்பெண்களின்
எண்ணம் மாறிய போதும்
கைம்பெண்களின்
எண்ணிக்கை மாறவில்லை
மன்னராட்சியும்
மக்களாட்சியும்
கைம்பெண்களை
உருவாக்குவதைக்
கைவிடவேயில்லை.

■

பொம்பளதான் ஹீரோ!

இரவுகள்
பகலான போதும்
பதறாதவள்
பகல்கள்
இரவானபோதும்
அதிராதவள்
பத்து வீட்டில்
பத்துப் பாத்திரம் கழுவி
பத்து மாதம் சுமந்த
உயிர்களின் பசியாற்றிப்
பரவசப்படுபவள்
உழைக்க அஞ்சாதவள்
உறவாரிடம் கெஞ்சாதவள்
ஈன்றெடுத்தது
ஏழு எட்டு பிள்ளைகளாயினும்
இட்டலி கடை போட்டுப்
பட்டினியை விரட்டியவள்
பிரச்சனையிலிருந்து
மீள்வதற்குப்
பிராந்தி கடை தேடாதவள்
புண்ணான நெஞ்சத்தைப்
புகைபிடித்து ஆற்றாதவள்
மன அழுத்தத்தால்
தலையைச் சொரிந்து கொண்டு
வீதிகளில் திரியாதவள்

குடும்பப் பாரம் தாங்காமல்
மலையடிவாரங்களைத்
தேடித் துறவு போகாதவள்
வீட்டுக்கு ஒரு பாட்டியின்
செவி வரலாறுண்டு
ஒப்பீடு இல்லாத
உன்னதப் பொம்பளைக்குச்
செப்பேடு தேவையில்லை
செப்புகிறேன்
நிச வாழ்வில்
பொம்பள தான்
ஹீரோ!

பெண்ணெனும் 'தலித்'

கற்றறிந்தாலும் கல்லாதிருந்தாலும்
எந்தச் சாதியாயினும்
எம்மதமாயினும்
உயர் குடியாயினும்
தாழ்த்தப்பட்ட குடியா யினும்
மன்னர் குடும்பமாயினும்
மந்திரிக் குடும்பமாயினும்
சாதனைகள் பெற்றிருப்பினும்
சாதாரணமாய்
வாழ்ந்த இருப்பினும்
இந்தப் பேரண்டத்தில்
'பெண்'என்பவள்
'தலித்'துதான்
பெண் என்பதாலே
'தலித்'துதான்
ஆதிக்கக் கழிவுகளைத்
தூய்மைசெய்யத்
தொடர்ந்து போராடத்
துவங்கிவிட்டாள்
பெண்ணெனும்
'தலித்'

வீடு திரும்புங்கள்

வலசை போன பறவைகள்
நள்ளிரவைத் தாண்டியும்
கூடு நோக்கிப் பறக்கின்றன
புகுந்த வீட்டுப் புழுக்கத்தில்
புழுவாகிச் சிறகை மறந்து
சிதைந்து கொண்டிருக்கும்
மகள்களே
வீடு திரும்புங்கள் (பிறந்த வீடு)
விருப்பம் இல்லையெனில்
விடுதிகளுண்டு
தற்கொலை எண்ணங்களைத்
தயவு செய்து கைவிடுங்கள்

ஒரு யுகப்புரட்சி வேண்டுமோ!

இப்படி இரு
இப்படிச் செய்
இதைப் படி யென
கட்டமைத்த
எல்லைக்குள்ளிருக்கக்
கட்டளையிட்டுக்கொண்டிருப்பதில்
களைத்துப்போகாதவர்களே
மறுப்புகளின் விரிப்புகளிலே
விருப்புகளைத் தூவி
அதைமிதித்து நடந்துவர
இயக்குபவர்களே
எத்தனை மறுப்புகள்
பிறப்பிலிருந்து
வாழ்வதிலிருந்து
இறப்பு வரை
எத்தனை மறுப்புகள்
வேணாம் பெண்ணென்றும்
போதும் பெண்ணென்றும்
புலம்பலை வெறுப்பைப்
பெயராக்கி அழைக்கும் போதெல்லாம்
அவமதிப்புச்செய்யும்
அறிவற்ற சமூகத்தில்
சம மதிப்புப்பெற
ஒரு யுகப்புரட்சி
வேண்டுமோ?

ஆணுக்கும் அழகு!

சம்பாத்தியம்
மனித லட்சணம்
(இரு பாலருக்குமானது)
என்றபோது
அப்படிச் சொல்லுங்களெனக்
கைதட்டிய தோழரே
உண்டி சுருங்குதல்
ஆணுக்கும் அழகு!

கவிஞரின் பிற நூல்கள்

1. விடியலே நீ! (கவிதைத் தொகுப்பு)
2. நானும் என் நான்களும் (கவிதைத் தொகுப்பு)
3. அழகு தமிழ் பழகு (குழந்தைகள் பாடல் தொகுப்பு)
4. மீ (கவிதைத் தொகுப்பு)
5. தாயம்மாவும் கந்தன் மாறனும்
   (அச்சில்-சிறார் சிறுகதைத்தொகுப்பு)